அக்குபங்சர் அறிவோம்

அக்கு ஹீலர் அ. உமர் பாரூக்

எதிர் வெளியீடு

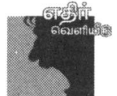

அக்குபங்சர் அறிவோம்

அக்கு ஹீலர் அ. உமர்பாரூக்

முதல் பதிப்பு: 2009
எதிர் வெளியீடு முதல் பதிப்பு: ஜூலை 2018
இரண்டாம் பதிப்பு: பிப்ரவரி 2022

எதிர் வெளியீடு,
96, நியூ ஸ்கீம் ரோடு, பொள்ளாச்சி - 642 002
தொலைபேசி: 04259 -226012, 99425 11302

விலை: ரூ. 35

Acupunctre Arivoum

Acu Healer A. Umar Farook

Copyright © Acu Healer A. Umar Farook

First Edition: 2009
Ethir Veliyeedu First Edition: July 2018
Second Edition: February 2022

Published by
Ethir Veliyeedu, 96, New Scheme Road, Pollachi - 642 002
email: ethirveliyedu@gmail.com
www.ethirveliyedu.in

ISBN: 978-93-87333-29-1
Printed at Jothy Enterprises, Chennai.

All rights reserved. No part of this book may be reprinted or reproduced or utilised in any form or by any electronic, mechanical or other means, now known or hereafter invented, including photocopying and recording, or in any information storage or retrieval system, without permission in writing from the Publisher.

அக்குபங்சர் - ஓர் அறிமுகம்

மனிதர்களின் அடிப்படைத் தேவைகளான உணவு, காற்று, நீர், உடை, உறைவிடம் என்பவற்றோடு இப்போது மருத்துவமும் சேர்ந்திருக்கிறது. விஞ்ஞானமும், கண்டுபிடிப்புகளும் வளர்ந்திருக்கிற இந்த நவீன காலத்தில் நோயற்ற மனிதர்களைக் காண்பதே அரிதாக மாறியிருக்கிறது.

நம் ஒவ்வொரு தேவையையும் தேர்வு செய்து பயன்படுத்தி வருகிறோம். தொலைக்காட்சி சேனல்களைப் பார்ப்பதிலிருந்து உணவு, உடை, வாகனம் ...என ஒவ்வொன்றும் நம் விருப்பத்திற்கு உட்பட்டதாக இருப்பதையே பயன்படுத்துகிறோம். அப்படி, இந்த நூற்றாண்டின் ஈடு இணையற்ற தேவையாக உயர்ந்து நிற்பது - மருத்துவம் தான்! மருத்துவ உலகிலும் விருப்பத்திற்கேற்ற மருத்துவ முறையைத் தேர்ந்தெடுத்துக் கொள்வது நம் அடிப்படையான உரிமையாகும்.

'உலகமே ஒரு கிராமமாக மாறியிருக்கிறது' - என்பது போன்ற வசனங்களை நாம் அடிக்கடி செவியுறுகிறோம். ஒரே விதமான உடைகளும், உணவுகளும், கலாச்சாரமுமாக வாழ்வின் அத்தனை அம்சங்களும் ஒற்றைத் தன்மையுடையனவாக திட்டமிட்டுப் பரப்பப்படுகின்றன. நாம் தேர்வு செய்வதற்கான வாய்ப்புகளை, மாற்றுக்களற்று இந்த ஒற்றைத் தன்மை நமக்கு வழங்குவதே இல்லை.

உலகமயமாக்கல் - என்ற வார்த்தையில் பல்வேறு நாடுகளின் தனித்தன்மையான கலாச்சாரம், பயன்பாடு, வேளாண்மை, உணவுமுறை, மருத்துவம், மொழிகள் ...போன்ற பலவற்றை நாம் இழந்து கொண்டிருக்கிறோம். உலகம் முழுவதும் ஒரே விதமான பழக்கங்களைக் கொண்டிருக்கிற மனிதர்களை நகலெடுக்கும் பணிகளையே பன்னாட்டு அரசாங்கங்கள் செய்து கொண்டிருக்கின்றன.

நம்முடைய சந்ததியினருக்கு நாம் எதையாவது விட்டுச்செல்ல விரும்பினால், மாற்றுக்களை நோக்கிய சிந்தனைத் தடத்தை முன்மொழிவோம். இழந்து கொண்டிருக்கிற தனித்தன்மைகளை மீட்டுருவாக்கும் சிந்தனையும், வேர்களை நோக்கியஅறிவுசார்ந்த பயணமுமே நம்முடைய மனிதத் தன்மையைக் காப்பாற்றும்.

அவ்வகையில் - அழித்தொழிக்கப்பட்ட மரபு சார்ந்த வேளாண்மை, மாற்றுக் கலாச்சாரம், தாய் மொழியுணர்தல் ...போன்றவற்றிற்கு எதிரான மாற்றுப்பயணங்கள்துவங்கிவிட்டன. அதன் அடிப்படையில், மருத்துவங்களில் மாற்று பற்றிய அறிவு இன்றைய தேவையாக இருக்கிறது.

உலகம் முழுவதும் ஆங்கில மருத்துவம் ஒன்றையே அரசாங்கங்கள் பரிந்துரைக்கின்றன. தனி மனித உரிமைகளையே பாதிக்கிற அளவிற்கு இந்த மருத்துவப்பரிந்துரைகள் கட்டாயமாக்கப் பட்டு வருகின்றன. ஒவ்வொரு குழந்தைக்கும் தடுப்பூசி போடுவது நல்லது என்று அறிவுறுத்துவது அரசின் வேலை. ஆனால், 'கட்டாயத் தடுப்பூசி' என்பது மருத்துவத்திணிப்பு தானே? அதுவும், நூற்றுக்கும் மேற்பட்ட நாடுகளில் பின்பற்றப்படாத தடுப்பூசி முறையை ஒரு நாட்டில் மட்டும் கட்டாயமாக்குவது சர்வாதிகாரம் அல்லவா?

இப்படி, நம்முடைய உரிமைகளைப் பறிக்கக் கூடிய, ஆரோக்கியத்தை கெடுக்கக் கூடியதாக இன்றைய மருத்துவச்சூழல் மாறிவிட்டது.

இந்த ஒற்றை மருத்துவத்தை விட்டால், உலகில் வேறு மருத்துவ முறைகளே இல்லையா? உலக சுகாதார நிறுவனத்தின் (WHO) கணக்குப்படி மாற்று மருத்துவங்கள் 104 முறைகள் உள்ளன.

ஆங்கில மருத்துவத்திற்கு மாற்றான முறைகள் தான் மாற்று மருத்துவங்கள். மாற்று மருத்துவங்களின் தலைமை மருத்துவமான - ஹோமியோபதி, இந்திய மருத்துவங்களான சித்தா, ஆயுர்வேதம், பாரசீக முறையான யுனானி ...போன்ற மருத்துவங்களின் வரிசையில் சீன மருத்துவமாக அறியப்பட்டது தான் - அக்குபங்சர்!

பிற மருத்துவ முறைகள் போன்று, அக்குபங்சர் மருத்துவத்தில் மருந்துகளோ, மாத்திரைகளோ கிடையாது. உடலில் தோன்றும் எந்த விதமான நோயாக இருந்தாலும் சரி - ஒரே ஒரு ஊசியையோ அல்லது கைவிரலைக் கொண்டோ தொடுவது தான் இதன் சிகிச்சை முறையாகும்.

மருத்துவ ஆய்வுக்கூடங்களும், நவீன பரிசோதனைக் கருவிகளும், 'உயிர்காக்கும்' என நம்பப்படுகிற மருந்துகளும் இல்லாத எளிய மருத்துவ முறையான அக்குபங்சரை இனி வரும் பக்கங்களில் நாம் அறிவோம்!

அக்குபங்சரின் தோற்றமும், வரலாறும்

"உலகமே போற்றும் அனைத்து வி-யங்களும் எங்கள் நாட்டில் தான் தோன்றின" ...என்று ஒவ்வொரு நாட்டு மக்களும் - உயர்ந்த வி-யங்கள் அனைத்திற்குமே உரிமை கோருவது வழக்கம்.

'அக்குபங்சரும் - இந்தியர்கள், சீனர்கள், இலங்கை மக்கள், புத்த துறவிகள் ...என பலரும் உரிமைகோரும் மருத்துவமாக உள்ளது. அக்குபங்சரின் - உண்மையான தோற்றம் சீனாவில் நிகழ்ந்ததாகும். அதே காலத்தில், இந்தியாவில் - ஆயுர்வேத மர்ம முறையும், சித்த மருத்துவத்தின் வர்ம முறையும் தோன்றியிருக்கக் கூடும். இம் மூன்று மருத்துவ முறைகளில் உள்ள ஒரு சில பொதுவான ஒற்றுமைகளைக் கொண்டு - 'அக்குபங்சர் இந்தியாவில் தோன்றியது' என்று கூறிவிட முடியாது. எல்லா மருத்துவங்களுக்கும் பொது ஒற்றுமை இருப்பது இயல்பு. ஒரே மூலிகையை - சித்தா சூரணமாகவும் (பொடி), ஆயுர்வேதம் - ஆஸவம் (ரசம்) ஆகவும், யுனானி - சர்பத் ஆகவும் பயன்படுத்துகின்றன என்பதற்காக ஒரு மருத்துவத்திலிருந்து இன்னொரு மருத்துவம் தோன்றியிருப்பதாகக் கூற முடியாது. அதே போன்றதுதான் அக்குபங்சரின் தோற்றமும்!

ஹுவாங்டி

சுமார் 8000 வருடங்களுக்கு முந்தைய தாவோயிச (Taoist) தத்துவங்களில் அக்குபங்சரின் கூறுகள் காணக் கிடைக்கின்றன. அக்குபங்சர் மருத்துவத்தை நாம் சரியாக உள்வாங்க வேண்டுமென்றால் - அதன் வரலாற்றைச் சரியாகப் புரிந்து கொள்ள வேண்டும். மூன்று நூல்களும், மூன்று திருப்பங்களும் வரலாற்றில் முக்கியமானவை.

மூன்று நூல்கள்

1. ஐ – சிங் (I-Ching) :

சுமார் 8000 வருடங்களுக்கு முன்பு மஞ்சள் நதிக்கரையில் வாழ்ந்த கு-சி (Fku-Hsi) என்பவர் தத்துவக்குறியீடுகளை விளக்கிய நூலாக இது கருதப்படுகிறது. இந்நூல் சீன தத்துவங்களின் மூல நூலாகவும், அக்குபங்சரின் தத்துவ நூலாகவும் சீன வரலாறு கூறுகிறது.

2. நெய்ஜிங் (Nei - jing) :

கி.மு. 2697 - 2596 ஆண்டுகளில் வாழ்ந்த ஹுவாங்டி அரசர் - தன்னுடைய தலைமை மருத்துவரான கீ-போ (Qi-Bo) விடம் விவாதித்த விபரங்களே - நெய்ஜிங் எனும் நூலாக பாதுகாக்கப்பட்டது. இவை கேள்வி - பதில் வடிவில் கி.மு. 305 - 204 ஆண்டுகளில் வெளியிடப் பட்டது. இந்நூல் தான் அக்குபங்சரின் மூல நூலாகக் கருதப்படுகிறது.

3. நான் – ஜிங் (Non - jing) :

கி.மு. 421 - 221 ஆண்டுகளில் எண்ணற்ற அக்குபங்சர் மருத்துவர்கள் வாழ்ந்து வந்ததாகவும், இக்காலத்தில் விரிவான பரிசோதனை முறைகள், தத்துவங்களை விளக்கிய ‘நான் ஜிங்’ நூல் வெளிவந்ததாகவும் சீன வரலாறு கூறுகிறது.

மூன்று முக்கியத் திருப்பங்கள்

அக்குபங்சரில் - உடலில் அமைந்துள்ள புள்ளிகளைத் தூண்ட என்ன விதமான பொருட்களைப் பயன்படுத்தினர் என்பதில் ஏற்பட்ட மாற்றங்களே - திருப்பங்களாகக் கருதப்படுகின்றன.

1. அக்குபங்சர் புள்ளித் தூண்டலுக்கு கி.மு. 1000 ஆண்டுகளில் எலும்புகள், மரம், கல் போன்ற கூர்மையான பொருட்கள் பயன்படுத்தப்பட்டவைக்கான சான்றுகள் கிடைத்துள்ளன.

2. சீன வரலாற்றில் உலோகப் பயன்பாடு என்பது கி.மு. 421-221 வருடங்கள் தான். இக்காலத்தில் கூர்மையான பொருட்களுக்குப் பதிலாக ஊசிகள் பயன்பட்டன. கி.மு. 113-களில் வெள்ளி, தங்க ஊசிகள் புழக்கத்திற்கு வந்தன.

3. கி.பி. 1644 - 1840 வருடங்களில் ஓபியம் போர்கள் நடைபெற்ற போது அக்குபங்சரோடு மூலிகை மருத்துவத்தை இணைக்கும் பழக்கம் தோன்றியது. 1911 ஆம் ஆண்டின் சீனப் புரட்சிக்குப் பின்பு, மக்களின் நல்வாழ்வு கருதி சீனத்தலைவர். மாவோ அக்குபங்சரோடு - ஆங்கில மருத்துவத்தை இணைத்துச் செய்ய அறிவுறுத்தினார்.

அக்குபங்சர் மருத்துவம் சீன வம்சங்களால் (Dynasty) தலைமுறை, தலைமுறையாகப் பின்பற்றப்பட்டு வந்தது. அவற்றின் அடிப்படைத் தத்துவங்களைப் பற்றிய புரிதல் குறைந்த போது, சிகிச்சை முறையில் பெரும் மாற்றங்கள் தோன்றின.

அக்குபங்சரின் துவக்க காலம் சுமார் 8000 வருடங்களுக்கு முந்தியது என்பதை அறிந்தோம். ஆதாரப் பூர்வமான துவக்கம் கி.மு. 2697 - 2596. சிகிச்சைக்கான கருவிகள் முதன் முதலில் பயன்படுத்தப் பட்டதாக சீன வரலாறு கி.மு. 1000-த்தைத் தான் கூறுகிறது. அதன் பின்பு கி.மு. 400 களில் உலோக ஊசிகளும், கி.மு. 113 இல் தங்க, வெள்ளி ஊசிகளும், தற்காலத்தில் மின் தூண்டல் கருவிகளும் பயன்படுத்தப் படுகிறது.

அக்குபங்சர் வரலாற்று ஆதாரங்களின் படி சிகிச்சைக்கு எவ்விதமான பொருளும் பயன்படுத்தப்படாத காலம் ஒன்று இருந்தது என்பதை நாம் உணர வேண்டும். சிகிச்சைக்கான பொருள் மாற்றமும், பிற மருத்துவங்களை இணைத்துச் செய்யும் பழக்கமும் அக்குபங்சரை பின்னுக்குத் தள்ளியது.

வாழ்க்கை முறையாகக் கடைபிடிக்கப்பட்ட அக்குபங்சர் பிற்காலத்தில் எல்லா நோய்களையும் குணப்படுத்தும் மருத்துவ முறையாகப் பின்பற்றப்பட்டது. தற்போது, வலிகளுக்கு மட்டும் பயன்படும் சிகிச்சை முறையாக சீனாவில் சுருங்கிவிட்டது.

கி.பி. 1600 களில் சீனாவிலிருந்து அக்குபங்சர் ஐரோப்பிய நாடுகளுக்குப் பரவியது. 1950 - களில் சீனாவில் அரசு மருத்துவமாக அங்கீகரிக்கப்பட்ட பின்பு உலகம் முழுவதும் பரவியது. 1962 இல் உலக சுகாதார நிறுவனம் (WHO) பல்வேறு நாட்டு மருத்துவர்களுக்கான அக்குபங்சர் பயிற்சியை நடத்தி - அங்கீகரித்தது.

இப்படி, ஒவ்வொரு நாட்டிற்கும் அக்குபங்சர் பரவிய போது மூலிகை மருத்துவத்தோடும், ஆங்கில மருத்துவத்தோடும் ...இன்னும் பல்வேறு முறைகளோடும் இணைத்துச் செய்யப்பட்டது.

'அக்குபங்சரின் தந்தை' மாஸ்டர். உவே-பிங் அவர்களின் கூற்றான "ஒரே ஒரு ஊசியைக் கொண்டு பத்தாயிரத்திற்கும் மேற்பட்ட

மாவோ

நோய்களைக் களைய முடியும்" - என்பதை சீன அக்குபங்சர் வரலாறு மறந்தது.

வெறும் வலிகளுக்கான சிகிச்சை முறையாகவும், துணை மருத்துவமாகவும் சீன அக்குபங்சர் இலங்கை மூலமாக இந்தியாவிற்குள் நுழைந்தது.

இந்திய அக்குபங்சர்

அக்குபங்சரின் மரபுவழிப் பரிசோதனை முறைகளும், எளிமையான சிகிச்சை முறைகளும் மறைந்து - உடல் முழுவதும் ஊசிகளைச் சொருகி, மின்தூண்டல் கருவிகளைப் பயன்படுத்தும் குழப்பமான முறைகளோடு 1980-களில் இந்தியாவில் அக்குபங்சர் பின்பற்றப்பட்டது. உலகம் முழுவதும் 'சீன அக்குபங்சராக' இம்முறைதான் இன்று வழக்கத்திலுள்ளது.

இந்நிலையில் தான் 'டாக்டர் சகோதரர்கள்' என்று அழைக்கப்படும் டாக்டர். ஃபஸ்லுர் ரஹ்மான், டாக்டர். சித்திக்ஜமால் ஆகியோரின் வருகை நிகழ்ந்தது.

டாக்டர் ஃபஸ்லுர் ரஹ்மான்

1979 இல் தமிழகத்தில் தன்னுடைய ஆங்கில மருத்துவப் பட்டப்படிப்பை முடித்த டாக்டர் ஃபஸ்லுர் ரஹ்மான் 1984- இல் ஆங்கில மருத்துவத்தைத் துறந்து, அக்குபங்சர் சிகிச்சையைத் துவக்கினார்.

சாதாரண வலிகளுக்கான சிகிச்சை முறையாக இருந்த அக்குபங்சர் முறையை, ஒரே ஒரு புள்ளியில் சிகிச்சையளிப்பதன் மூலம் அனைத்து நோய்களிலிருந்தும் விடுபடும் முழுமையான மருத்துவ

முறையாக அறிமுகம் செய்தார். 'இந்திய அக்குபங்சரின் தந்தை' டாக்டர். ஃபஸ்லுர் ரஹ்மான்.

ஏற்கனவே வழக்கத்திலிருந்த சீன அக்குபங்சர் முறைக்கும், டாக்டர். ஃபஸ்லுர் ரஹ்மான் அறிமுகம் செய்த புதிய (இந்திய) அக்குபங்சர் முறைக்கும் ஏராளமான வேறுபாடுகள் தத்துவ ரீதியிலும், சிகிச்சை அடிப்படையிலும் காணப்பட்டன.

இந்திய அக்குபங்சர் முறையில் தத்துவ அடிப்படையிலான முறையான நாடிப்பரிசோதனையும், ஒரே ஒரு புள்ளியில் சிகிச்சை யளிக்கத் தக்க புள்ளித் தேர்வு முறையும், எந்த விதமான மருந்துகளையும் பரிந்துரைக்காத தன்மையும், இந்தியத் தத்துவ மரபு அடிப்படையிலான கழிவு நீக்கத் தத்துவமும் புதிய அக்குபங்சரின் தனிச் சிறப்புகளாகும்.

இந்திய அக்குபங்சரின் ஒற்றைப் புள்ளி சிகிச்சை முறையே உலகிலுள்ள எல்லாவிதமான நோய்களுக்கும் போதுமானது என்பதை டாக்டர். ஃபஸ்லுர் ரஹ்மான் தன்னுடைய லட்சக்கணக்கான நோயாளிகளைக் கொண்டு நிரூபித்தார்.

சீனாவில் தோன்றி, சீனாவிலேயே அழிந்து போன அக்குபங்சரின் தனித்தன்மையை, இந்தியாவில் டாக்டர் சகோதரர்கள் மீட்டெடுத்தனர். அவர்களிடம் மருத்துவம் பயின்ற பல மருத்துவர்கள் தமிழகம் முழுவதும் இந்திய அக்குபங்சர் முறையைப் பின்பற்றி வருகின்றனர்.

டாக்டர் சகோதரர்களால் பயிற்றுவிக்கப்பட்டு தற்காலத்தில் பின்பற்றப்பட்டு வரும் தூய அக்குபங்சர் முறையை 'இந்திய அக்குபங்சர்' என்ற பெயரால் அழைப்பதே பொருத்தமானதாகும்.

இந்தியாவின் அக்குபங்சர் வரலாற்றில் இந்திய அரசு மற்றும் தமிழக அரசின் இரண்டு முடிவுகள் முக்கியத்துவம் வாய்ந்தவை.

1. இந்திய அரசின் மக்கள் நல்வாழ்வு மற்றும் குடும்ப நலத்துறையின் ஆணை (2003) இன் படி அக்குபங்சர் அங்கீகரிக்கப்பட்டது.

2. தமிழக அரசின் 2002 ஆளுநர் உரையில் "தனியார் துறை மூலம் அக்குபங்சரை ஊக்குவித்தல்" என்ற வழிமுறை இடம் பெற்றிருந்தது.

... இவை தவிர இந்திய பாராளுமன்றத்தில் பல முறைகள் இந்திய அக்குபங்சர் (ஒற்றை ஊசி முறை, தொடு சிகிச்சை) பற்றிய விவாதங்கள் நடைபெற்றுள்ளன.

'இந்திய அக்குபங்சர்' என்ற சொல்லிற்கு 'இந்தியர்கள் பயன்படுத்தும் அக்குபங்சர்' என்று பொருள் கொள்வது தவறான தாகும். இந்தியத் தத்துவங்களின் அடிப்படையில் உடலைப் புரிந்து கொள்ளும் அக்குபங்சர் முறைதான் 'இந்திய அக்குபங்சர்' ஆகும்.

உலகில் ஒரு சில நாடுகளில் இந்திய அக்குபங்சர் முறை பின்பற்றப்பட்டிருந்தாலும், முழுமையான தத்துவங்களுடன் நிறைவு படுத்தப்பட்டது இந்தியாவில் அதுவும் தமிழகத்தில் தான். 1984 ஆம் ஆண்டில் 'இந்திய அக்குபங்சரின் தந்தை' டாக்டர் ஃபஸ்லுர் ரஹ்மான் அவர்களின் வருகைக்குப் பிறகு, இந்திய அக்குபங்சர் இந்த 25 ஆண்டுகளில் உலகம் முழுவதும் வரவேற்பைப் பெற்று வந்துள்ளது.

அக்குபங்சர் - குணமாகும் கலை

'அக்குபங்சர்' - என்ற சொல்லிற்கு பொருள் அறியலாம்.

ACUPUNCTURE என்ற ஆங்கிலச் சொல், ACUITUS+ PUNCTURA என்ற லத்தீன் மொழிச் சொல்லிலிருந்து பிறந்ததாகும்.

ACUITUS - என்பது சரியான எண்ணத்தையும், PUNCTURA - என்பது தூண்டுதலையும் குறிக்கிறது.

அக்குபங்சர் - என்றால் ஊசியால் புள்ளியை துளைத்தெடுக்கும் முறை அல்ல; சரியான எண்ணத்தோடு நோயாளிக்கு சிகிச்சையில் உதவுவது தான் என்பதை இச்சொல் விளக்குகிறது.

நோய்க்கான காரணிகளை அணுகுவதிலும், சிகிச்சை முறையிலும் பிற மருத்துவ முறைகளிலிருந்து அக்குபங்சர் வேறுபடுகிறது.

இந்திய அக்குபங்சர் முறை இருபெரும் பகுதிகளை தன்னகத்தே கொண்டுள்ளது.

1. நோயின் அறிகுறிகளையும், தன்மையையும், அதன் மூலத்தையும் (Root Cause) உணரும் நோயறிதல் முறைகள் (Diagnosis).
2. நோயை வேரோடு களையக் கூடிய சிகிச்சை முறைகள் (Treatment).

நோயறிதல் முறைகள்

இந்திய அக்குபங்சரின் நோயறிதல் முறைகளை மூன்று வகைகளாகப் பிரிக்கலாம்.

1. கேட்டறிதல்
2. பார்த்தறிதல்
3. தொட்டறிதல்

சிகிச்சை முறைகள்

நோயறிதல் முறைகளின் துணைகொண்டு நோயின் தன்மையையும் - மூலத்தையும் உணர்ந்த பிறகு உடலில் காணப்படும் அக்குபங்சர் புள்ளியைத் தூண்டுவது தான் இந்திய அக்குபங்சரின் சிகிச்சை முறையாகும்.

அப்படி, அக்குபங்சரின் புள்ளியைத் தூண்டுவதற்கு மூன்று முறைகள் பின்பற்றப்படுகின்றன.

1. ஊசி மூலம் தூண்டுதல் (Needle Stimulation)
2. விரல் மூலம் தூண்டுதல் (Touch Stimulation)
3. எண்ணம் மூலம் தூண்டுதல் (Healing)

மேற்கண்ட நோயறிதல், சிகிச்சை முறைகள் அக்குபங்சரின் தத்துவங்களின் அடிப்படையில் கட்டமைக்கப்பட்டுள்ளன.

மனித உடலையும், அதன் இயக்கத்தையும் அக்குபங்சர் தன் தத்துவங்களின் மூலம் விளக்குகிறது. தொண்மையான இம்மருத்துவ விளக்கங்கள் தோன்றி பல்லாயிரக்கணக்கான வருடங்களுக்குப் பின்பும் நிலைத்து நிற்கிறது.

மூன்று தத்துவங்களை அக்குபங்சர் முன் வைக்கிறது. கண்களால் பார்க்க முடிகிற உடலையும், பார்க்க முடியாத உயிரையும் விளக்கும் தத்துவம் - 'கரு-உரு' தத்துவமாகும்.

ஒவ்வொரு கண்ணிற்குத் தெரிகிற உருவமும், மறைவான ஆற்றலைக் கொண்டிருக்கும் - என்பதையும், அவ்வாற்றலே உருவத்தின் மையம் என்பதையும் இத்தத்துவம் விளக்குகிறது. இத்தத்துவத்தை சித்தர் பாடலின் வார்த்தை மாற்றம் பெற்ற வரிகளின் மூலம் அறியலாம்.

" கருவும் உருவும் இரண்டு என்பார் அறிவிலார்
கருவே உருவாவது யாரும் அறிகிலார்
கருவே உருவாவது யாரும் அறிந்தபின்
கருவே உருவாய் அமர்ந்திருந்தாரே! "

- திருமந்திரம்

இத்தத்துவங்கள் மனித உடல் சார்ந்த தெளிவுகளை மட்டுமில்லாமல் இப்பிரபஞ்சம் பற்றிய அறிவையும் ஏற்படுத்து கின்றன.

மனித உடலில் உயிர் என்பது - கரு. உடல் என்பது - உரு. இவ்விரண்டுமே இணைந்த இயக்கமே மனிதன்.

உயிரானது உருவம் கொள்வதற்கு முன் நுண் உருவங்களாக (மூலகம் - பூதம்) தோற்றமளிக்கிறது. அவற்றை பஞ்சபூதங்கள் - ஐந்து வகையான தன்மைகள் என்கிறோம்.

"பரமாய சக்தியுள் பஞ்சமா பூதம்
தரமாறில் தோன்றும் பிறப்பு" - ஔவையார்

மறைவான ஆற்றல் - பஞ்சபூதங்களாக மாறி, பின்பு முழு உருவங்களைத் தோற்றுவிக்கிறது.

நெருப்பு, நிலம், காற்று, நீர், மரம் ...என பஞ்சபூதங்களை அக்குபங்சர் பிரித்தறிவிக்கிறது. இம்மூலகங்களைப் பற்றிய முழுமையான அறிவை நம் நாட்டு சித்த மருத்துவத்தை விட, அக்குபங்சர் பெற்றிருக்கிறது. இவ்விதமான ஐந்து தன்மைகள் உலகில் தத்தமது பணிகளைச் செய்கின்றன. இதே தன்மைகள் உடலில் மனித உறுப்புக்களிலும் பிரதிபலிக்கிறது.

"அண்டமும் பிண்டமும் ஒன்றே
அறிந்து தான் பார்க்கும் போது"

- சித்தர் பாடல்

...பிரபஞ்சமே -உடல்; உடலே - பிரபஞ்சம் என்ற கோட்பாட்டை அக்குபங்சரும் ஏற்றுக் கொள்கிறது.

உலகத்தின் இயக்கமும், உடலின் இயக்கமும் ஒழுங்கமை வோடு கூடிய ஒத்திசைவான தன்மையில் இருப்பதற்கு பஞ்சபூதங்களின் இயல்பும், இயக்கமுமே காரணமாக அமைகிறது.

பஞ்சபூதத் தன்மைகள் உடலில் எவ்வாறு பிரதிபலிக்கின்றன?

நெருப்பு	-	இதயம், சிறுகுடல், இதயமேலுறை, மூவெப்ப மண்டலம்
நிலம்	-	மண்ணீரல், வயிறு
காற்று	-	நுரையீரல், பெருங்குடல்
நீர்	-	சிறுநீரகம், சிறுநீர்ப்பை
மரம்	-	கல்லீரல், பித்தப்பை

... இவ்வாறு ஒவ்வொரு மூலகமும் உறுப்புக்களாக பிரதிபலித்து உடலை இயக்குகிறது. மேலே உள்ள 12 உள்ளுறுப்புக்கள் மட்டும் தான் உடலின் ஆரோக்கியத்தை, சமநிலையைப் பாதுகாப்ப வைகளாகும்.

நம் உடலில் இதயம், சிறுகுடல் உள்ளிட்ட 4 உறுப்புக்களை ஏன் நெருப்பாக உணரவேண்டும்? நெருப்பின் வேலை - வெப்பத்தை பரவச் செய்வதாகும். இதயம் - இரத்த ஓட்டம் மூலம் வெப்பத்தை பரவச் செய்கிறது. சிறுகுடல் - வெப்பத்தின் மூலம் உணவைச் சிதைத்து ஆற்றலைப் பிரித்தெடுக்கிறது.

இதே போல - உலகில் மரமானது நச்சுக்காற்றை உட்கிரகித்து, நல்ல காற்றைத் தருகிறது. உடலில் கல்லீரலும், பித்தப்பையும் உடலின் நச்சுக்களை சுத்திகரிக்கின்றன. பூமியைப் போல - மண்ணீரலும், இரைப்பையும் மறைவான உணவின் சக்தியை தன்வயப்படுத்தி, தேவையான ஆற்றலை வெளிப்படுத்துகிறது. இவ்வாறு பஞ்சபூதங்கள் 12 உடல் உறுப்புக்களாகச் செயல்படுவதை 'பஞ்சபூதத் தத்துவம்' விவரிக்கிறது.

இயல்பாக இயங்கிக் கொண்டிருக்கும் 12 உள் உறுப்புக்களால் - உடல் சீராக இயங்குகிறது. பஞ்சபூத சக்திகளின் ஒத்திசைவான இயக்கம் உள்ளுறுப்புக்களைச் சீராகப் பராமரிக்கிறது.

இதில் - நோய் எப்படி ஏற்படுகிறது என்பதை 'கழிவு நீக்கத் தத்துவம்' விளக்குகிறது.

உடல் உள்ளுறுப்புக்களின் இயக்கக் குலைவால் - பஞ்சபூத சக்திகள் சீர்கேடு அடைகின்றன.

உடல் உள்ளுறுப்புக்களின் இயக்க குலைவு என்பது மிகுதலும், குறைவதும் ஆகும். இவை எப்படி ஏற்படுகின்றன?

மனிதர்களின் இயற்கைக்கு மாறான பழக்கங்களால் உடல் உள்ளுறுப்புக்களில் கழிவுகள் தேங்குகின்றன. இக்கழிவுத் தேக்கத்தால் உறுப்புக்கள் பலவீனமடைகின்றன. உறுப்புக்கள் பலவீனத்தால் - இயக்கச்சீர்குலைவும், பஞ்சபூத சக்தி மாறுபாடும் ஏற்படுகின்றன.

பஞ்சபூத சக்திகளின் இயக்கத்தில் மாறுபாட்டை உண்டாக்கும் கழிவுகள் எங்கிருந்து வருகின்றன என்பதையும்,

அவை எவ்வாறு வெளியேற்றப்படுகின்றன என்பதையும் விளக்குவதே கழிவுநீக்கத் தத்துவம் ஆகும். இக்கழிவுகள் எங்கிருந்து உருவாகின்றன என்பதை நாம் அறிய, உடலின் அடிப்படை இயக்கத்தை உணர வேண்டும்.

செல், திசு, உறுப்புக்கள், உடல் ...என அனைத்தும் ஒரே விதமான ஒழுங்கமைவோடு இயங்குகின்றன. இந்த இயக்கம் ஒன்றாக இருந்தாலும் கூட, அதில் இரண்டுவிதமான நிகழ்வுகள் நடைபெறுகின்றன. இவை இரண்டும் இணைந்ததே ஓர் இயக்கம்.

1. உட்கிரகித்தல் (Assimilation)
2. வெளியேற்றுதல் (Elemination)

தான் வாழத் தேவையான பிரபஞ்ச சக்தியை தோல் மூலமாகவும், காற்று சக்தியை சுவாசம் மூலமாகவும், உணவின் சக்தியை உணவு மூலமாகவும் பெற்று உடலை வளர்க்கிறது உயிர். இது உட்கிரகித்தலாகும். உடல் - பெற்ற பொருட்களிலிருந்து ஆற்றலைப் பெற நடத்தும் சிதைவு இயக்கத்தில் கழிவுகள் தோன்றுகின்றன. ஒரு பொருளைச் செரித்து தன்மயமாக்கும் போதுதான் ஆற்றலும் - கழிவும் தோன்றுகின்றன. ஆற்றலை உட்கிரகித்தும், கழிவை வெளியேற்றியும் இயங்குகிறது உடல்.

இப்படி உருவாக்கும் அன்றாடக் கழிவுகளை உடலே வெளியேற்றி விடுகிறது.

வியர்வைக் கழிவு - தோல் மூலமாகவும், காற்றுக் கழிவு - மூக்கு மூலமாகவும், நீர்க்கழிவு - சிறுநீர்ப்புறவழி மூலமாகவும், மலக்கழிவு - ஆசனவாய் மூலமாகவும், சளிக்கழிவு - ஏதாவதொரு வழியாகவும் உடலிலிருந்து வெளியேறுகிறது.

ஆரோக்கியமான உடலின் அன்றாட நடைமுறையில் இக்கழிவு வெளியேற்றம் பிரதானமானதாகும்.

சாதாரணமாக தானே வெளியேறும் கழிவுகள், நாம் இயற்கைக்குப் புறம்பான பழக்க வழக்கங்களில் ஈடுபடும் போது வெளியேறாமல் தேக்கமடைகின்றன.

இப்படித் தேங்கும் கழிவுகள் - உரு மாற்றமடையும் தன்மை உடையவை. உடலை பாதிக்காமல் கழிவுகள் வெளியேறும் பொருட்டு - காற்றுக் கழிவு - நீர்க் கழிவாகவும், நீர்க் கழிவு - வெப்பக் கழிவாகவும், வெப்பக்கழிவு - சளிக்கழிவாகவும், தேவைக்கேற்ப உருமாற்றிக் கொள்ளும்.

உடலின் இயல்பு - தன்னைப் பாதுகாக்க கழிவுகள் உட்பட அன்னியப் பொருட்கள் எதனையும் தேங்க விடாது.

இயற்கை விதி மீறலால் -

உள்ளுறுப்புக்கள் பலவீனமடைந்து கழிவுகள் தேங்கலாம் அல்லது கழிவுகள் தேக்கமடைந்து உள்ளுறுப்புக்கள் பலவீனம் அடையலாம்.

உடலில் தேக்கமுற்ற கழிவுகளை உடலே வெளியேற்றி விடுகிறது. அவ்வாறு வெளியேற்றும் போது சில தொந்தரவுகள் ஏற்படுகின்றன. அவற்றையே நாம் நோயாக உணர்கிறோம்.

நமக்கு ஏற்படும் தொந்தரவுகளும், கஷ்டங்களும் இயற்கை யானவை அல்ல என்பதையும், அவை நமக்கு நாமே செய்து கொண்ட தீங்குகள் என்பதையும் இத்தத்துவம் விளக்குகிறது.

சக்தி நாளங்களும், உடல் இயக்கமும்

மனித உயிரானது - உடலின் சீரான இயக்கத்திற்காக அதன் உள்ளுறுப்புக்களில் மூலகங்களாகப் (Five Elements) பிரதிபலிக்கிறது.

உடலின் 12 உள்ளுறுப்புக்களும் இணைந்து பஞ்சபூதங்களின் சக்தியைப் பெற்று உடலைப் பராமரிக்கிறது. ஒவ்வொரு உள்ளுறுப்பும் பிரபஞ்ச சக்தியை கிரகிப்பதற்காக தோலின் மேல் சக்தி நாளங்களைக் கொண்டுள்ளது. அப்படி 12 சக்திநாளங்களும், குளிர்ச்சியான, வெப்பமான உள்ளுறுப்புக்களை ஒருங்கிணைக்கும் இரண்டு சக்திநாளங்களுமாக 14 சக்தி நாளங்கள் தோலின் மேற்புரத்தில் அமைந்துள்ளன. இச்சக்தி நாளங்களில் சக்திப் புள்ளிகள் (Acu Points) அமைந்துள்ளன. இவை மொத்தம் - 341 இடங்களில் அமைந்துள்ளன.

சக்தி நாளங்களும், சக்திப்புள்ளிகளும் கண்ணிற்குத் தெரியாதவை. பல்லாயிரம் ஆண்டுகளுக்கு முன்பே உணரப்பட்டவை. இவற்றை விஞ்ஞானிகள் கண்டுபிடிக்க முயற்சித்து வருகிறார்கள். கிர்லியன் கேமிரா, அக்குகிராபி ...போன்ற கருவிகள் அக்குபங்சர் புள்ளிகளை அவ்வப்போது அடையாளம் காட்டினாலும் மனித உணர்வுகளால் மட்டுமே அவற்றை முழுமையாக அறிய முடிகிறது. அக்குபங்சர் செயல்படும் விதம் தொடர்பான விஞ்ஞான ரீதியான 'தியரிகள்' நூற்றுக்கணக்கில் எழுதப்பட்ட பின்பும், அதன் முழுமையான இயக்கத்தை உணர மட்டுமே முடிகிறது.

ஒவ்வொரு உள்ளுறுப்பும் தன் சக்தி நாளங்களின் மூலம் பிரபஞ்சத்திலிருந்து சக்தியைப் பெற்றுக் கொள்கிறது. இதை சற்று விரிவாகக் காண்போம். நுரையீரல் என்ற உள்ளுறுப்பிற்கு ஒரு சக்தி நாளமும், அதில் 11 புள்ளிகளும் உள்ளன. பிரபஞ்ச சக்தியை உட்கிரகிக்கும் வேலையை சக்தி நாளத்தின் மூலகப் புள்ளிகள் (Element Points) ஐந்தும் செய்கின்றன. இந்த 5 புள்ளிகள் மூலம் கிரகிக்கப்பட்டு கிடைத்த முழுமையான பிரபஞ்சசக்தி, நாளத்தின் வழியே நுரையீரலை அடைகிறது. சக்தியை கிரகித்துத் தரும் மூலகப் புள்ளிகளிலிருந்து உள்ளுறுப்பு வரை பல சிறுபுள்ளிகள் அமைந்துள்ளன. இவை மின்சாரத்தை நீண்டதூரம் வயர் மூலம் கடத்த உதவும் ஆம்பியர் (Amps)

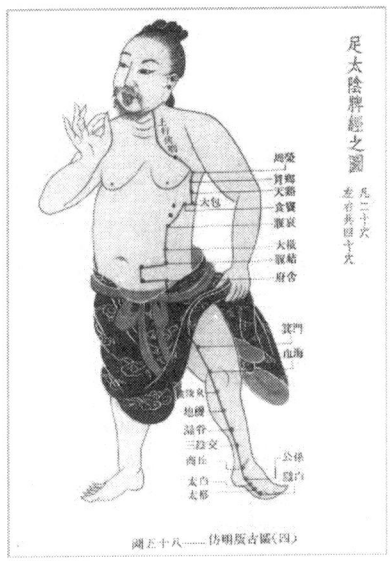

போன்று பயன்படுகிறது. இச்சிறு புள்ளிகள் சக்தி நாளத்தின் நீளத்தைப் பொறுத்து எண்ணிக்கையில் கூடுதலாகவும், குறைவாகவும் அமைந்துள்ளன.

இச்சிறுபுள்ளிகள் இயக்கத்தில் பாதிப்பு ஏற்படுவதில்லை. ஏனெனில், மூலகப்புள்ளிகளால் கிரகிக்கப்பட்ட சக்தி சிறு புள்ளிகளின் வழியே கடத்தப்படுவதால் - அவை எப்போதும் பராமரிக்கப்படு கின்றன. மூலகப்புள்ளிகளில் ஏற்படும் இயக்கக் குறைவு பிரபஞ்ச சக்தி கிரகிப்பைப் பாதிக்கிறது.

மூலகப்புள்ளிகளில் ஏன் இயக்கத்தடை ஏற்படுகிறது?

உடலில் தோன்றும் எல்லாவிதமான நோய்களுக்கும் காரணம் - நம் இயற்கை விதி மீறலால் ஏற்படும் கழிவுகளின் தேக்கம் தான் என்பதை ஏற்கனவே அறிந்தோம். அப்படி, எந்த உறுப்பில் கழிவுகள் தேக்கம் ஏற்படுகிறதோ அந்த உறுப்பும் - அதன் சக்தி நாளமும், மூலகப்புள்ளியும் பாதிப்படைகின்றன. உள்ளுறுப்பைப் பராமரிக்க வேண்டிய பிரபஞ்ச சக்தி இந்நிலையில் முழுமையாக உட்கிரகிக்கப் படுவதில்லை.

எந்த மூலகம் பாதிப்படைந்துள்ளது என்பதை நோயறிதல் முறை மூலம் அறிந்து, குறிப்பிட்ட மூலகப்புள்ளியைத் தூண்டுவதே சிகிச்சையாகும். குறைபாடு ஏற்பட்டுள்ள மூலகப் புள்ளியை ஒரு சில வினாடிகள் தொடுவதன் மூலம் அல்லது ஊசியால் தூண்டுவதன் மூலம்

அதன் இயக்கம் சீரடைகிறது. மூலகப் புள்ளிகளால் கிரகிக்கப்படும் முழுமையான பிரபஞ்சசக்தி - உள்ளுறுப்பிற்கு கிடைக்கும் போது, அது தன்னைச் சீரமைத்துக் கொண்டு கழிவுகளை வெளியேற்றி நலம் பெறுகிறது.

நம் இயற்கை விதி மீறலால் தோன்றும் கழிவுகள் உள்ளுறுப்புக்களையும், அதன் மூலகத்தையும், சக்தி நாளங்களையும் பலவீனப்படுத்துகிறது. கழிவுகள் தொடர்ந்து தேங்குமானால், ஒரு மூலகத்தின் பாதிப்பு - பிற மூலகங்களுக்கும் பரவுகிறது.

முறையான அக்குபங்சர் சிகிச்சை உள்ளுறுப்புக்களை பலப்படுத்தி ஆரோக்கியத்தை மீட்கிறது.

கழிவுகள் தேங்குவதற்கு மூல காரணமான இயற்கை விதி மீறலை நாம் அறிந்து நடந்தோமானால் முழு உடல் நலத்தோடு வாழலாம்.

இயற்கை விதி மீறல் என்பது என்ன?

மனதின் - உடலின் இயல்பான தேவைகளுக்கு மாறு செய்வதே இயற்கைவிதி மீறலாகும்.

அக்குபங்சர் வாழ்க்கை நெறி

நம்முடைய இயற்கைக்கு மாறான பழக்க வழக்கங்கள் உள்ளுறுப்புக்களில் கழிவுகளைத் தேங்கச் செய்கிறது. கழிவுகள் உடலின் எந்த உறுப்பில், எப்பகுதியில் தேக்கமடைகிறதோ அங்கு தொந்தரவு களை ஏற்படுத்துகின்றன.

உதாரணமாக, நுரையீரலில் சளி தேங்கியுள்ளது; உடல் அதனை வெளியேற்றுவதற்காக இருமலை ஏற்படுத்துகிறது. நாம் நமக்கு உதவ வந்த இருமலை தொந்தரவாக உணர்கிறோம். உள்ளே தேங்கியுள்ள சளிதான் நோய் - இருமல் அல்ல என்பதை உணரத் தவறுகிறோம். இப்படி, உடல் தனக்குள் தேங்கியிருக்கிற கழிவுகளை வெளியேற் றுவதை - அவை வெளிப்படும் இடங்களைப் பொறுத்து விதம் விதமான நோய்கள் என பெயரிட்டு அழைக்கிறோம்.

தலையில் தேங்குகிற கழிவு வெளியேற்றத்தை கண்களில் நீர் வடிதல், மூக்கில் நீர் வடிதல், சைனஸ், சாதாரணத் தலைவலி, மைக்ரேன் தலைவலி, முன்பக்க - பின்பக்க - உச்சி தலைவலிகள், காதுகளில் நீர்வடிதல், சீழ் வடிதல், செவிப்புலன் குறைதல், முடி உதிர்தல், தலையில் அதிகம் வியர்த்தல், கண்களில் பீழை கட்டுதல், பிடறி வலி, தலைசுற்றல், கண்களில் இரத்த அழுத்தம், தலை பாரம், மூக்கில் இரத்தம் வடிதல் ...என பலவிதமாக, பல பெயர்களில் இதை கூறிக்கொண்டே போகலாம்.

தலையிலிருந்து வெளியேறும் கழிவுகள் ஏற்படுத்தும் மேற்கண்ட தொந்தரவுகளை நாம் மருத்துவச் சொற்களில் பார்த்தோ மானால், உலகிலுள்ள பெரிய, பெரிய நோய்கள் எல்லாம் நமக்கு ஏற்பட்டுள்ளது போன்ற பயம் ஏற்படும்.

இவை அனைத்துமே தலைப்பகுதியில் தேக்கமடைந்துள்ள சாதாரணக் கழிவு வெளியேற்றம் தான். இவ்வெளியேற்றத்தின் தொந்தரவுகளை எளிமையாக்கிக் கொள்ள வெளியேற்றத்திற்கு உதவும் சிகிச்சை எடுத்துக் கொள்ளலாம். உடலிற்கு உறுதுணையாய் இருக்கும் பழக்க வழக்கங்களைக் கையாளலாம்.

இவை எல்லாம் - தொந்தரவுகள் ஏற்பட்ட பின்பு செய்பவை. கழிவுகளை உடலில் தேங்காமல் இருக்க, இயற்கையோடு இயைந்த - இயற்கை விதி மீறாத செயல்களை மேற்கொள்ள வேண்டும்.

இயற்கை விதி மீறல் என்பது

❖ தாகமிருக்கும் போது - நீர் அருந்தாமல் இருப்பது
❖ தாகமற்ற நிலையில் - நீர் அருந்துவது
❖ பசிக்கும் போது - சாப்பிடாமல் இருப்பது
❖ பசிக்காத போது - சாப்பிடுவது
❖ தூக்கம் வரும் போது - விழித்திருப்பது
❖ ஓய்வு தேவைப்படும் போது - உழைப்பது
❖ மிகையான உழைப்பு
❖ இயல்பான எண்ணங்களுக்கு மாறாக நடந்து கொள்வது
❖ விருப்பங்களை தேவைகளாக உணரும் போது மறுதலிப்பது

... என்று கூறிக் கொண்டே போகலாம். எது இயல்பு என்பதை நம் சுய சிந்தனையின் மூலம் தெளிவு பெற்றால், எது இயற்கைக்கு - இயல்புக்கு மாறானது என்பதை அறியலாம்.

இயற்கையோடு இயைந்த வாழ்வு என்பது இயல்பில் வாழ்வதும்; நமக்கு நாமே முரண்பட்டுக் கொள்ளாமல் இருப்பது மாகும்.

இவை அக்குபங்சர் கற்றுத் தரும் வாழ்க்கை நெறியாகும். அக்குபங்சரை வெறும் சிகிச்சை முறையாக தொந்தரவுகள் ஏற்படும் போது மட்டும் பயன்படுத்தாமல் - அதனை வாழ்க்கை முறையாக ஏற்றுக்கொள்வோமானால் எவ்விதமான உடல் ரீதியான, மன ரீதியான கஷ்டங்களும் இல்லாமல் வளமையான, செழுமையான வாழ்வை அடையலாம்.

மேற்கண்ட வழிமுறைகள் உடல் ரீதியான தெளிவைத் தருகின்றன. அக்குபங்சர் கூறும் உளவியலை - மனதில் மொழியை அறிவோம். முற்பகுதியில் பஞ்சபூதங்கள் மற்றும் அதன் உள்ளுறுப்புக் களை அறிந்தோம். ஒவ்வொரு பஞ்சபூதமும் உடலில் உறுப்புக்களில் பிரதிபலிப்பதைப் போலவே, மனதிலும் பிரதிபலிக்கின்றன.

உடலில் உள்ளுறுப்புக்களின் இயல்பான நிலை - எவ்வித தொந்தரவுகளும் அற்ற நலமான நிலையாகும். அதே போல, மனதின் இயல்பான நிலை - 'குணம்' என்ற வார்த்தையால் குறிக்கப்படுகின்றது.

நலமடைதல் - என்பது உடல் இயல்பிற்குத் திரும்புதல் குணமடைதல் - என்பது மனம் தன்னியல்பிற்குத் திரும்புதல் சுகம் - என்ற சொல், நலமடைதலும், குணமடைதலும் இணைந்த முழு ஆரோக்கியத்தைக் குறிக்கிறது. மனிதனின் இயல்பான குணம் - அமைதியாகும். இதுவே பஞ்சபூதங்களின் ஒருங்கிணைந்த குணமாகும். ஒவ்வொரு பஞ்சபூத மூலகமும் சீர்கெடும் போது மனதின் அமைதி கெட்டு - குணக்கேட்டை ஏற்படுத்துகிறது. மனதின் குணக்கேடு - உடலின் நலக்கேடாக மாறி உள்ளுறுப்புக்களின் இயல்பைச் சீர்குலைக்கிறது.

மனதில் தோன்றும் நோய்களே, உடல் நோய்களாக மாறுகின்றன என்பதை இப்போது நவீன மருத்துவம் 'Psycho Psomatic Disorder' என்று ஏற்றுக் கொள்கிறது. அக்குபங்சரின் தத்துவ அடிப்படையில் பல்லாயிரம் ஆண்டுகளுக்கு முன்பே இவ்வுண்மை உணர்த்தப்பட்டுள்ளது.

மனதின் இயல்பு கெடும் போது, உடலின் இயல்பும் கெட்டு - கழிவுகள் தேங்க இடமளிக்கிறது. உடலின் இயல்பையும், மனதின் இயல்பையும் இயற்கையின் துணையோடு பாதுகாத்துக் கொள்வதே அக்குபங்சர் வாழ்க்கை நெறியாகும்.

மூலகங்கள்		குணங்கள்	ஒருங்கிணைந்த குணம்
நெருப்பு	-	தெளிவு	
நிலம்	-	செழுமை	
காற்று	-	உயிர்ப்பு	அமைதி
நீர்	-	நம்பிக்கை	
மரம்	-	இரக்கம்	

தெளிவு, செழுமை, உயிர்ப்பு, நம்பிக்கை, இரக்கம் போன்ற மனதின் இயல்பான குணங்களின் அடிப்படையில் பிற நற்குணங்கள் விளைகின்றன. மனிதனின் அனைத்து குணங்களையும் பிரித்து உணர்ந்தோமானால் இந்த ஐந்து குணங்களிலிருந்தே தோன்றுவதை உணரலாம்.

ஐந்தில் - ஒரு குணம் குறைபாடு உடையதாக மாறினாலும், அது சார்ந்த மூலகத்தில் மாற்றம் ஏற்பட்டு - உள்ளுறுப்புக்களில் பிரதிபலிக்கிறது. அப்படி, மூலகங்கள் பாதிப்படையும் போது மனதில் குணக்கேடுகள் உணர்ச்சிகளாகத் தோன்றுகின்றன.

மூலகங்கள்		**குணக்கேடு**
நெருப்பு	-	கர்வம்
நிலம்	-	கவலை
காற்று	-	துக்கம்
நீர்	-	பயம்
மரம்	-	எரிச்சல்

... இப்படித் தோன்றும் உணர்ச்சிகளால் உள்ளுறுப்புக்கள் சீர்கேடு அடைகின்றன. கழிவுகளை சரிவர வெளியேற்றாமல் தேக்கமுறச் செய்கிறது. நம் சுய உணர்வுகளால் விழிப்படைந்து குணக்கேடுகளை அறிந்து கொள்கிற போது, மனம் குணமடைகிறது. தத்தமது இயல்பிற்குத் திரும்பும் உள்ளுறுப்புக்கள் பலம் பெறுகின்றன. இயற்கையான அழகான குணங்களை - நாமே குணக்கேடுகளாக மாற்றிக் கொள்கிறோம்.

குணம்		**குணக்கேடு**
தெளிவு	-	கர்வம்
செழுமை	-	கவலை
உயிர்ப்பு	-	துக்கம்
நம்பிக்கை	-	பயம்
இரக்கம்	-	எரிச்சல்

...இவ்வாறு மனம் - உடலின் மீது ஆட்சி செலுத்துவதை அக்குபங்சர் விவரிக்கிறது.

அதே போல, நம்முடைய உடல்ரீதியான இயற்கை மீறலால் உள்ளுறுப்புக்கள் பலவீனம் அடைந்து கழிவுகள் தேங்குகின்றன. நம் செயற்கையான தடுப்பு முயற்சிகளால் - வெளியேற வேண்டிய கழிவுகளை உள்ளேயே பாதுகாக்கிறோம். இந்நிலையில் உடலின் பாதிப்புக்கள் மூலகங்களின் வழியே மனதையும் பாதிக்கின்றன.

உதாரணத்திற்கு - உடல் ரீதியாக கல்லீரல் பாதிப்பு உள்ளவர்களுக்கு மனதில் குணக்கேடு ஏற்பட்டு எரிச்சலும், கோபமும்

உண்டாகின்றன. அதே போல - மனதில் பயம் தோன்றுபவர்களுக்கு வியர்ப்பதும், கை, கால்கள் நடுங்குவதும், நாக்குழறுவதும், உடல் சோர்வும் ஏற்படுகின்றன.

இவ்வாறு, உடலில் தோன்றும் தொந்தரவுகள் - மனதை பாதிப்பதும், மனதின் குணக்கேடுகள் - உடலில் பிரதிபலிப்பதுமாக 'உயிர்ச்சக்திப் பரிமாற்றம்' நிகழ்கிறது.

இயற்கை வழி நடத்தல் என்பது - மனதாலும், உடலாலும் இயல்பாக இருப்பதாகும். இயல்பில் நாம் ஏற்படுத்துகிற மாற்றங்களே இயற்கை விதி மீறலாகும்.

இயற்கையோடு இயைந்த வாழ்வு - சுகமானதாகும். இயல்புகளை நாம் கெடுத்துக் கொள்கிற போது, மீண்டும் குணமடைய அக்குபங்சரின் எளிய சிகிச்சைமுறை துணைநிற்கும்.

இன்னும் சில தெளிவுகள்

❖ ஒரே ஒரு புள்ளியில் சிகிச்சையளிப்பது தான் முறையான அக்குபங்சர் சிகிச்சை என்று இந்நூலில் கூறப்பட்டுள்ளது. பல ஊசிகளை உடல் முழுவதும் செருகி வைத்து அவற்றில் மின்சாரத்தைப் பாய்ச்சுவதும், லேசர் கருவி மூலம் பல புள்ளிகளில் சிகிச்சை அளிப்பதும் என்ன சிகிச்சை முறை?

அக்குபங்சர் என்ற பெயரில் தற்காலத்தில் இவ்வகையான முறைகள் வழக்கத்தில் உள்ளன. அக்குபங்சர் மருத்துவத்தில் ஒரு புள்ளியை சிகிச்சைக்கு தேர்வு செய்வதற்கு - தத்துவ ரீதியாக வழிகாட்டுதல் உண்டு. இப்படி, பல ஊசிகளைக் கொண்டு சிகிச்சை அளிக்க அக்குபங்சர் தத்துவங்கள் இடமளிக்கவில்லை. அவ்வாறு செய்வது அக்குபங்சருமில்லை.

> **பல ஊசி சிகிச்சையை கேலிக்குள்ளாக்கும் சீனப்படங்கள்**

பல ஊசி சிகிச்சையை கேலிக்குள்ளாக்கும் சீனப்படங்கள்

"Exactly which school of acupuncture are you from?"

சில நேரங்களில் பல ஊசி குத்தும் போதும் சிறிதளவு நிவாரணம் கிடைக்கும். ஏனெனில், பல ஊசிகளில் ஏதேனும் ஒரு ஊசி சரியான புள்ளியில் அவர்கள் அறியாத நிலையில் அமைந்து விடுகிறது. 'தூண்டுதல்' என்பது ஒரு வினாடியில் நிகழ்வதாகும். பல ஊசிகளைச் செருகுவது மட்டுமில்லாமல் - அரைமணி நேரம், ஒரு மணி நேரம் என்று தொடர்ந்து மின்சாரத்தைச் செலுத்துவது உடல் நலனைப் பாதிக்கும்.

பயிற்சிக் காலத்தில் ஒவ்வொரு புள்ளியின் அமைவிடத்தை அறியும் பொருட்டு - ஒவ்வொரு புள்ளியிலும் ஊசியைச் செருகி கற்றுக்கொடுப்பது வழக்கம். அப்படி - கற்பிக்கப்பட்ட அடிப்படைப் பாடத்திலேயே நின்று அதனையே சிகிச்சை முறையாக நம்புவது தவறானதாகும்.

இப்படியான, பல ஊசிச் சிகிச்சையில் - பரிசோதனைக்கான பரிசோதனைப்புள்ளிகள், மின் கடத்தியாகச் செயல்படும் சிறு புள்ளிகள், சக்தியை கிரகித்துத் தரும் பஞ்சபூதப்புள்ளிகள்... என எல்லாப் புள்ளிகளிலும் ஊசி குத்தப்படுகிறது. இவற்றில் பஞ்சபூதப் புள்ளிகள் மட்டுமே சிகிச்சைக்கானவை. ஒரே ஒரு புள்ளியில் சிகிச்சையளிப்பதே முறையான சிகிச்சையாகும்.

❖ **அக்குபங்சர் சிகிச்சை அனைத்து நோய்களையும் குணமாக்குமா? ஆங்கில மருத்துவத்தில் 'குணப்படுத்த முடியாது' என்று கூறப்பட்ட நோய்களையும் அக்குபங்சர் குணமாக்குமா?**

அக்குபங்சர் - எந்த ஒரு நோயையுமே குணமாக்காது. அக்குபங்சர் மட்டுமல்ல எந்த ஒரு மருத்துவமுமே நோய்களை குணமாக்காது! உடலில் ஏற்பட்ட தொந்தரவுகளை - எதிர்ப்பு சக்தியைக் கொண்டு உடலே குணமாக்கிக் கொள்ளும். உடலிற்கும், அதன் திறனிற்கும் இயற்கையோடு இயைந்து சிகிச்சையின் மூலம் உதவுவதே மருத்துவங்களின் வேலையாகும். மருத்துவங்களின் துணையோடு உடலின் எதிர்ப்பு சக்தி நோய்களை வேரோடு களையும். அது எந்தப் பெயர் கொண்ட நோயாக இருந்தாலும் சரி.

'குணமாக்க முடியாது' - என்று ஒரு சில நோய்களின் பெயர்களை எந்த மருத்துவம் கூறுகிறதோ அவை அந்த மருத்துவத்திற்கு மட்டுமே பொருந்தும். பிற மருத்துவங்களுக்குப் பொருந்தாது.

அக்குபங்சரின் அடிப்படைத் தத்துவங்களின்படி, குணமாகாத நோய்களே இல்லை.

❖ **ஆங்கில மருத்துவத்தில் ஒரு சில நோய்களுக்கு ஆயுள் முழுவதும் மருந்துகளைச் சாப்பிட வேண்டும் என்று கூறுகிறார்கள். அக்குபங்சரில் ஆயுள் முழுக்க சிகிச்சை எடுக்க வேண்டுமா?**

எதிர்ப்புச் சக்தியின் பலவீனத்தை, சோர்வை நீக்கக்கூடிய தூண்டல் தான் சிகிச்சையாகும். தினசரி தூண்டிக் கொண்டே இருப்பது - சிகிச்சை ஆகாது. தொந்தரவுகள் உள்ள போது சிகிச்சை எடுத்துக் கொண்டால் அவை தானே குணமாகத் துவங்கும். வாரத்திற்கு ஒரு முறையோ அல்லது இரு வாரங்கள், மாதத்திற்கு ஒரு முறையோ தொந்தரவின் தீவிரத்தைப் பொறுத்து சிகிச்சை தேவைப்படும். உடலின் கஷ்டங்கள் படிப்படியாகக் குறைந்து, இயல்பிற்குத் திரும்பும் வரைதான் சிகிச்சை தேவை. ஆயுளுக்கும் தேவை இல்லை.

ஒரு முறை தொந்தரவுகளிலிருந்து விடுபட்டவர்கள் அவை திரும்ப வராதவாறு தங்கள் வாழ்க்கை முறையை சீர்செய்து கொண்டால் - ஆயுளுக்கும் சிகிச்சை தேவையின்றி வாழலாம்.

❖ **பரம்பரை வியாதிகள், பிறவி நோய்கள் - அக்குபங்சரில் குணமாகுமா?**

ஜனன உறுப்புக்களின் வளர்ச்சிக்கும், இனவிருத்தி நல்ல முறையில் ஏற்படுவதற்கும் சிறுநீரகம் என்னும் உறுப்பு முக்கிய பங்கு வகிக்கிறது. கர்ப்ப காலத்தில் தாயின் இயற்கைக்கு மாறான செயல்கள் சிறுநீரகத்தை பலவீனப்படுத்துகிறது. இரசாயன மருந்துகள், செயற்கை உணவுகள் ஆகியவற்றை கர்ப்ப காலத்தில் எடுத்துக் கொள்ளும் போது சிறுநீரகத்தை மேலும் பாதிக்கிறது.

இந்நிலையில் தான் பிறவியிலேயே பலவீனமாக உறுப்புக்கள் குழந்தைக்கு கர்ப்பத்தில் தோன்றுகின்றன. இவ்வுறுப்புக்களின் இயக்கக் குறைவுதான் பிற்காலத்தில் பரம்பரை வியாதிகளாக மாறுகின்றன. கர்ப்ப கால தொந்தரவுகளுக்கு முழுமையான அக்குபங்சர் சிகிச்சை எடுத்துக் கொள்வதன் மூலம் பிறவி நோய்கள் தோன்றாமல் களையலாம். சுகமான குழந்தைப் பேற்றுக்கும் வழி வகுக்கும்.

பிறவிநோய்கள் ஏற்பட்ட பிறகும் அக்குபங்சர் சிகிச்சை பலனளிக்கிறது. பிறக்கும் போது ஏற்பட்ட குறைபாடுகள் சிகிச்சையின் போது படிப்படியாகக் குறைந்து பெரும்பகுதி நீங்கி விடுகிறது.

❖ **ஆரோக்கியமாக வாழ சில யோசனைகள்...?**

1. பசி, தாகம், தூக்கம், ஓய்வு ...போன்ற உடலின் தேவைகளுக்கு மதிப்பளியுங்கள்.

2. நேரம் பார்த்துச் சாப்பிடுவது - தவறானதாகும். பசியுணர்வு தோன்றும் போது சாப்பிடுங்கள்.

3. இரவுகள் - ஓய்வுக்கானவை. இரவு 11 மணிமுதல் அதிகாலை 3 மணிவரை தூக்கம் அவசியமானதாகும்.

4. உணவுகளில் பேதம் வேண்டாம். எந்த உணவு உங்களுக்குப் பிடிக்கிறதோ அதனை பசியமரும் வரை அளவோடு சாப்பிடுங்கள்.

5. இரசாயன மருந்துகளை எந்நிலையிலும் உட்கொள்ளா தீர்கள்.

6. பிறர் கூறும் எல்லா மருத்துவ ஆலோசனைகளையும் பின்பற்றாதீர்கள். உங்களுக்குச் சரி என்று தோன்று பவைகளை மட்டும் ஏற்றுக் கொள்ளுங்கள்.

7. அதிகமான உழைப்பும் - உடலைச் சீர்கெடுக்கும். உங்களுக்குப் பிடித்ததையே உழைப்பாக மாற்றிக் கொள்ளுங்கள். மனநலனும், உடல் நலனும் பாதுகாப்பாக உள்ளதே உழைப்பின் எல்லையாகும்.

8. மனதில் உருவாகும் குணக்கேடான எண்ணங்களை அடையாளம் காணுங்கள். அவை நீங்க வேண்டும் என்ற எண்ணத்தை விருப்பமாகக் கொள்ளுங்கள்.

9. அளவுக்கு மீறினால் அமிர்தமும் நஞ்சு என்ற வரியை மனதிற் கொண்டு - அளவுகளையும், எல்லைகளையும் உங்களுக்கு நீங்களே தீர்மானித்துக் கொள்ளுங்கள்.

10. உங்கள் உடல்நலனும், மன நலனும் எந்த அளவிற்கு முக்கியமோ அதே அளவிற்கு பிறருடைய உடல் - மன நலன்களுக்கு மதிப்பளியுங்கள்.

...இவை ஒன்றோடு ஒன்று தொடர்பு உடையவைகளாகும். இவற்றில் ஏதாவது ஒன்றை நீங்கள் பின்பற்றத் தொடங்கினாலும் அடுத்தடுத்த நிலைகளுக்கு அதுவே இட்டுச்செல்லும்.

முறையான அக்குபங்சர் மருத்துவரை அடையாளம் காண்பது எப்படி?

அக்குபங்சர் சிகிச்சையை மேற்கொள்ள வேண்டும் என்று விரும்பும் அளவிற்கு, சரியான அக்குபங்சர் மருத்துவரை அடையாளம் காணுவதும் முக்கியமானதாகும்.

முறையான அக்குபங்சர் மருத்துவரை நீங்கள் தெரிந்து கொள்ள சில குறிப்புக்கள் :

- ❖ அக்குபங்சர் தவிர, பிற மருத்துவ முறைகளை கலந்து சிகிச்சையளிக்கும் மருத்துவர் - முழுமையான அக்குபங்சர் மருத்துவர் இல்லை. ஏனெனில், முழுமையான அக்குபங்சரின் பயன்களை உணர்ந்தவர் எவரும் பிற மருத்துவங்களைத் தூக்கி எறிவர். தம்முடைய சொந்த மருத்துவங்களைத் தூக்கி எறிந்த ஆங்கில மருத்துவர்கள், ஹோமியோபதி மருத்துவர்கள், சித்த மருத்துவர்கள்... என்று பலரை இதற்கு உதாரணமாகக் கூறலாம்.

- ❖ ஒரு முறையான அக்குபங்சர் மருத்துவர் மூலிகைப் பொடிகளையோ, துணை உணவுகளையோ, ஆய்வுக்கூடப் பரிசோதனைகளையோ பரிந்துரைக்க மாட்டார்.

- ❖ ஒரே ஒரு ஊசியைக் கொண்டோ, கை விரலைக் கொண்டோ - ஒரு சில வினாடிகளில் சிகிச்சை அளிப்பவர் தான் முறையான அக்குபங்சர் மருத்துவராவார்.

- ❖ ஒவ்வொரு நோய்க்கும் - ஒவ்வொரு கட்டணம் பேரம் பேசும் நபர்கள் அக்குபங்சர் வியாபாரிகள் ஆவார்கள். அவர்களை அக்குபங்சர் மருத்துவர்கள் என்று கூற இயலாது.

❖ முறையான அக்குபங்சர் மருத்துவர்கள் யாரும் வணிக நோக்கில் விளம்பரம் செய்ய மாட்டார்கள்.

... மேற்கண்ட குறிப்புகளைக் கொண்டு முறையான அக்குபங்சர் மருத்துவரை அடையாளம் காணுங்கள். சரியான அக்குபங்சர் சிகிச்சையை மேற்கொண்டு முழுமையான ஆரோக்கியம் பெறுங்கள்.

▰▰▰▰